# ਇੱਕ ਸੰਪੂਰਨ ਸਮਾ
# ਜਾਂ
# ਇੱਕ ਵਧੀਆ ਸਮਾਂ

Bilingual English/Punjabi

The Cat That Acts Likes A Human.

You Will Not Believe Your Eyes!

Written by Sam Miller

*The Purrrfect Time* was written originally in English
and translated into the following languages:
Thai, Vietnamese, Tagalog, German, Spanish, Portuguese,
Mandarin, Bengali, French, Hindi.



ISBN 9781777549022

Book design by Hiroki Nakaji

Printed and bound with IngramSpark

Armed Bandit Publishing

ਮੈਂ ਸੈਮ ਨੂੰ ਉਸ ਸਮੇਂ ਮਿਲਿਆ ਜਦੋਂ ਮੈਂ ਇੱਕ ਬਿੱਲੀ ਦਾ ਬੱਚਾ ਭਾਵ ਬਲੂੰਗੜਾ ਸੀ । ਉਸ ਦੀ ਜ਼ਿੰਦਗੀ ਉਸ ਸਮੇਂ ਦੋਨੋਂ ਬਾਹਾਂ ਕਾਰਨ ਸੌਖੀ ਸੀ । ਇੱਕ ਦਿਨ ਇੱਕ ਹਾਦਸੇ ਵਿੱਚ ਸੈਮ ਆਪਣੀ ਇੱਕ ਬਾਂਹ ਗੁਆ ਬੈਠਾ , ਪਰ ਉਸਨੇ ਆਪਣੀ ਮੁਸਕਰਾਹਟ ਨਹੀਂ ਗੁਆਈ ।
ਇਹ ਕਹਾਣੀ ਤੁਹਾਨੂੰ ਦੱਸਦੀ ਹੈ ਕਿ ਕਿਹੜੀ ਚੀਜ਼ ਤੋਂ ਸਾਨੂੰ ਖੁਸ਼ੀ ਮਿਲਦੀ ਹੈ ਅਤੇ ਕਦੇ ਹਾਰ ਨਾ ਮੰਨਣ ਦੀ ਯਾਦ ਦੁਆਉਂਦੀ ਹੈ । ਜ਼ਿੰਦਗੀ ਦੇ ਕੁਝ ਪਲ ਵੇਖਣ ਲਈ ਮੇਰੇ ਨਾਲ ਸ਼ਾਮਿਲ ਹੋਵੋ ।

ਮੇਰਾ ਨਾਂ ਬੋਬ **(** ਇੱਕ ਬਿੱਲੀ **)** ਹੈ। ਮੈਂ ਇਹ ਕਹਾਣੀ ਸੁਣਾਉਂਦੀ ਹਾਂ ।

**I met Sam when I was just a kitten. His life was easier then; he had both his arms. One day, Sam lost one of his arms in an accident, but he didn't lose his smile! This story is a reminder to focus on what makes you happy and to never give up. Join me as I look back at some of the moments from my life.**

**My name is Bob (the female cat) and I will tell this story.**

ਮੇਰੇ ਛੋਟੇ ਜਿਹੇ ਦੋਸਤ ਨਾਲ ਮਿਲਾਪ
ਮੈਨੂੰ ਨਿੱਘਾ ਅਤੇ ਖੁਸ਼ ਰੱਖਦਾ ਹੈ ।
Snuggling with my little buddy makes me warm and happy.

ਮੇਰੇ ਛੋਟੇ ਜਿਹੇ ਪੰਜੇ ਨੂੰ ਦਰਵਾਜ਼ੇ ਦੇ ਹੇਠਾਂ ਦੇਖੋ ?
ਮੈਂ ਕੁੱਤੇ ਨੂੰ ਇੱਥੇ ਹੇਠਾਂ ਖਿੱਚਣ ਦੀ ਕੋਸ਼ਿਸ਼ ਕਰ ਰਹੀ ਹਾਂ । ਮੈਨੂੰ
ਨਹੀਂ ਪਤਾ ਉਹ ਮਜਬੂਤ ਹੈ ਜਾਂ ਨਹੀਂ , ਪਰ ਮੈਂ ਬਹੁਤ ਮਜ਼ਬੂਤ ਹਾਂ ।

**See my little paw under the door? I'm trying to drag the dog under here. I don't know if she'll fit, but I'm pretty strong!**

ਮੈਂ ਪਾਣੀ ਨੂੰ ਚਾਲੂ ਕਰਨ ਲਈ ਕਾਫ਼ੀ ਮਜ਼ਬੂਤ ਹਾਂ ।
ਮੈਂ ਸਾਰਾ ਦਿਨ ਆਪਣੇ ਆਪ ਨੂੰ ਚੱਟਿਆ ,
ਪਰ ਮੈਂ ਅਜੇ ਵੀ ਬਦਬੂਦਾਰ ਹਾਂ ਅਤੇ ਇਸ਼ਨਾਨ ਕਰ ਸਕਦਾ ਹਾਂ ।
Am I strong enough to turn the water on? I licked myself all day, but I'm still stinky and could use a bath.

ਤੁਸੀਂ ਚੁੱਲ੍ਹੇ ਨੂੰ ਕਿਵੇਂ ਚਾਲੂ ਕਰਦੇ ਹੋ? ਮੈਨੂੰ ਭੁੱਖ ਲੱਗੀ ਹੈ ਇਸ ਲਈ ਮੈਂ ਸੋਚਦੀ ਹਾਂ ਕਿ ਮੈਂ ਆਪਣੇ ਖਾਣੇ ਵਿੱਚ ਬਹੁਤ ਸਾਰੀਆਂ ਬਿੱਲੀਆਂ ਨੂੰ ਸ਼ਾਮਿਲ ਕਰਾਂਗੀ ।
How do you turn on the stove? I'm hungry, so I think I will put a lot of cat treats in my meal.

ਜੇ ਮੈਂ ਸੈਮ ਦਾ ਖਾਣਾ ਉਦੋਂ ਖਾਂਦੀ ਹਾਂ ਜਦੋਂ
ਉਹ ਨਹੀਂ ਵੇਖ ਰਿਹਾ ਹੁੰਦਾ ਤਾਂ ਕੀ ਇਸ ਨੂੰ ਚੋਰੀ
ਕਰਨਾ ਕਹਿ ਸਕਦੇ ਹਾਂ ਜਾਂ ਵੰਡ ਕੇ ਖਾਣਾ ?
If I eat Sam's meal when he isn't looking, is it stealing or sharing?

ਮੈਂ ਦੇਖਦੀ ਹਾਂ ਸੈਮ ਮੇਰੇ ਪਾਣੀ ਵਾਲਾ ਵਰਤਣ
ਰੋਜ ਭਰਦਾ ਹੈ, ਪਰ ਮੈਂ ਇੱਕ ਵਿਸ਼ੇਸ਼ ਕਿਸਮ ਦੀ ਬਿੱਲੀ ਹੋਣ
ਕਰਕੇ ਨਲ ਤੋਂ ਹੀ ਤਾਜ਼ਾ ਪਾਣੀ ਹੀ ਪਸੰਦ ਕਰਦੀ ਹਾਂ ।
I see Sam fill up my water dish every
day, but I'm a special kind of cat, I
prefer my water straight from the tap.

ਮੈਨੂੰ ਇਹ ਸਿੱਖਣ ਦੀ ਜ਼ਰੂਰਤ ਹੈ ਕਿ ਸੈਮ ਨਾਲ
ਪੋਕਰ ਕਿਵੇਂ ਖੇਡਣਾ ਹੈ ਤਾਂ ਕਿ ਮੈਂ ਹੋਰ ਬਿੱਲੀਆਂ
ਦੇ ਸਹਿਯੋਗ ਨੂੰ ਪ੍ਰਾਪਤ ਕਰ ਸਕਾਂ।
I need to learn how to play
poker with Sam so I can try
to get more cat treats.

ਸੈਮ ਮੈਨੂੰ ਜਾਨਵਰਾਂ ਦੇ ਹਸਪਤਾਲ ਉਦੋਂ ਮਿਲਣ ਆਇਆ ਜਦੋਂ ਮੈਂ ਬਿਮਾਰ ਸੀ ।
Sam came to visit me at the animal hospital when I was sick.

ਇਸ ਲਈ ਮੈਂ ਉਸ ਨੂੰ ਮਿਲਣ ਗਈ ਜਦੋਂ ਉਹ
ਹਸਪਤਾਲ ਵਿੱਚ ਦਾਖ਼ਲ ਸੀ। ਕਿਸੇ ਦਾ ਇਸ ਤਰ੍ਹਾਂ
ਪਤਾ ਲੈਣ ਜਾਣਾ ਬਹੁਤ ਚੰਗਾ ਲੱਗਦਾ ਹੈ ।

So, I went to visit him when he was in the hospital. It feels good to repay a favour and do something nice.

ਮੇਰੇ ਯੋਗਾ ਅਧਿਆਪਕ ਨੇ ਕਿਹਾ ਮੈਂ ਇਸ ਤਰ੍ਹਾਂ ਸੌਂਦੀ ਹਾਂ ਤਾਂ ਮੇਰੀ ਪਿੱਠ ਨੂੰ ਕੋਈ ਨੁਕਸਾਨ ਨਹੀਂ ਪਹੁੰਚੇਗਾ ।
My yoga teacher said my back won't hurt if I sleep like this.

ਕੀ ਇਹ ਅਰਾਮਦਾਇਕ ਸਥਾਨ ਮੇਰੇ ਲਈ ਬਣਾਇਆ ਗਿਆ ਸੀ ? ਕੀ ਮਨੁੱਖ ਲਈ ਵੀ ਇਸ ਤਰ੍ਹਾਂ ਦਾ ਸਥਾਨ ਹੁੰਦਾ ਹੈ?
Was this comfy spot built for me? Do humans get a spot like this?

ਕੁਝ ਦਿਨ ਚੰਗੇ ਹੁੰਦੇ ਹਨ ਅਤੇ ਕੁਝ
ਦਿਨ ਮਾੜੇ ਹੁੰਦੇ ਹਨ।ਇਹ ਸਭ ਤੁਹਾਡੇ
ਵਿਵਹਾਰ ਬਾਰੇ ਹੈ ।

Some days are good,
some days are bad. It's
all about your attitude.

ਮੈਨੂੰ ਖਾਣਾ ਬਹੁਤ ਜ਼ਿਆਦਾ ਪਸੰਦ ਹੈ ਪਰ ਮੈਨੂੰ ਇਹ ਵੀ ਯਕੀਨ
ਬਣਾਉਣ ਦੀ ਜ਼ਰੂਰਤ ਹੈ ਕਿ ਮੈਂ ਤੰਦਰੁਸਤ ਰਹਿਣ ਲਈ ਕਸਰਤ ਵੀ ਕਰਾਂਗੀ ।
I love eating so much. I need to make sure
I exercise as well to stay healthy.

ਮੈਨੂੰ ਧੁੱਪ ਵਿੱਚ ਅਰਾਮ ਕਰਨਾ ਬਹੁਤ ਪਸੰਦ ਹੈ। ਆਪਣੀ ਜ਼ਿੰਦਗੀ ਦਾ ਅਨੰਦ ਲੈਣਾ ਬਹੁਤ ਜ਼ਰੂਰੀ ਹੈ।
I like relaxing in the sunshine. Enjoying your life is so important.

ਮੇਰੇ ਪਰਿਵਾਰ ਅਤੇ ਦੋਸਤਾਂ ਨੇ
ਕਿਹਾ ਸੀ ਕਿ ਉਚਾਈ ਤੋਂ ਦੇਖਣਾ ਮਹਾਨ ਹੈ ,
ਉਹ ਨਿਸ਼ਚਿਤ ਤੌਰ ਤੇ ਸਹੀ ਹਨ ।
My family and friends said that
the view at the top is great.
They are definitely right.

ਮੈਨੂੰ ਇਹ ਕੁਦਰਤੀ ਦ੍ਰਿਸ਼ ਵੇਖਣਾ ਵੇਖਣਾ ਬਹੁਤ ਪਸੰਦ ਹੈ। ਮੈਨੂੰ ਲੱਗਦਾ ਹੈ ਕਿ ਮੈਨੂੰ ਅਫਰੀਕਾ ਜਾਣਾ ਚਾਹੀਦਾ ਹੈ ਤਾਂ ਕਿ ਮੈਂ ਆਕਾਰ ਵਿੱਚ ਦਸ ਗੁਣਾ ਜ਼ਿਆਦਾ ਹੋ ਸਕਾ । ਹੁਣ ਮੈਂ ਉੱਥੇ ਮੌਜੂਦ ਹਰ ਹੋਰ ਕਿੱਟੀ ਬਿੱਲੀ ਦੀ ਤਰ੍ਹਾਂ ਹਾਂ ।

I love this nature show. I think I should move to Africa so I can be 10 times the size I am now like every other kitty cat there.

ਸੈਮ ਮੇਰੇ ਨਾਲ ਸੈਰ ਤੇ ਜਾਂਦਾ ਹੈ ਕਿਉਂਕਿ ਮੈਨੂੰ ਤਾਜ਼ੀ
ਹਵਾ ਅਤੇ ਕਸਰਤ ਦੀ ਲੋੜ ਹੈ। ਅਸੀਂ ਇਕੱਠੇ ਬਾਹਰ ਸਮਾਂ
ਬਿਤਾਉਣਾ ਪਸੰਦ ਕਰਦੇ ਹਾਂ । ਘਾਹ ਦਾ ਸੁਆਦ ਵੀ ਹੈਰਾਨੀ ਦਾ ਹੁੰਦਾ ਹੈ।

Sam walks me because I need exercise and
fresh air. I love our time outside together.
Also, grass is surprisingly delicious.

ਸੈਮ ਦੂਜੇ ਦਿਨ ਫੋਨ ਤੇ ਗੱਲ ਕਰ ਰਿਹਾ ਸੀ ਅਤੇ ਮੈਂ ਉਸਨੂੰ ਆਪਣੇ ਦੋਸਤ ਨੂੰ ਇਹ ਕਹਿੰਦੇ ਹੋਏ ਸੁਣਿਆ ,
" ਕਈ ਵਾਰ ਜਦੋਂ ਮੈਂ ਕਿਸੇ ਨਾਲ ਗੱਲ ਕਰ ਰਹੀ ਹੁੰਦੀ ਹਾਂ ਤਾਂ ਮੈਂ ਸੁਣ ਨਹੀਂ ਰਹੀ ਹੁੰਦੀ ਕਿਉਂਕਿ ਮੈਂ ਉਸ ਬਾਰੇ ਸੋਚ ਰਹੀ ਹੁੰਦੀ ਹਾਂ ਜੋ ਮੈਂ ਕਹਿਣ ਜਾ ਰਹੀ ਹਾਂ। ਲੋਕ ਸੁਣਨਾ ਚਾਹੁੰਦੇ ਹਨ ਅਤੇ ਜਾਣਦੇ ਹਨ ਕਿ ਤੁਸੀਂ ਸੁਣ ਰਹੇ ਹੋ । ਮੈਨੂੰ ਅਹਿਸਾਸ ਹੋਇਆ ਕਿ ਉਹਨਾਂ ਨੇ ਜੋ ਤੁਹਾਨੂੰ ਕਿਹਾ ਹੈ ਉਸ ਤੇ ਧਿਆਨ ਦੇਣਾ ਬਹੁਤ ਮਹੱਤਵਪੂਰਨ ਹੈ ਅਤੇ ਫਿਰ ਉਹ ਉਸ ਵਿੱਚ ਦਿਲਚਸਪੀ ਲੈਣਗੇ ਜੋ ਤੁਹਾਨੂੰ ਉਹਨਾਂ ਨੇ ਕਹਿਣਾ ਹੈ।"
" ਮੈਂ ਕੌਣ ਹਾਂ ? ਇਹ ਉਹਨਾਂ ਲੋਕਾਂ ਤੋਂ ਪਤਾ ਲੱਗਦਾ ਹੈ ਕਿ ਜਿੰਨ੍ਹਾਂ ਨਾਲ ਮੈਂ ਆਪਣਾ ਸਮਾਂ ਬਤੀਤ ਕਰਦੀ ਹਾਂ , ਜਿੰਨ੍ਹਾਂ ਤੇ ਮੈਂ ਵਿਸ਼ਵਾਸ ਕਰਦੀ ਹਾਂ ਅਤੇ ਜਿੰਨ੍ਹਾਂ ਦੇ ਸਾਥ ਦਾ ਮੈਂ ਆਨੰਦ ਲੈਂਦੀ ਹਾਂ ।"
" ਜਦੋਂ ਕੁਝ ਚੀਜ਼ਾਂ ਮੁਸ਼ਕਿਲ ਹੁੰਦੀਆਂ ਹਨ ਅਤੇ ਮੈਂ ਸੰਘਰਸ਼ ਕਰਨਾ ਸ਼ੁਰੂ ਕਰਦੀ ਹਾਂ ਜਾਂ ਮੈਨੂੰ ਚਣੌਤੀਆਂ ਦਾ ਸਾਹਮਣਾ ਕਰਨਾ ਪੈਂਦਾ ਹੈ। ਇਹ ਉਦੋਂ ਹੁੰਦਾ ਹੈ ਜਦੋਂ ਮੈਨੂੰ ਆਪਣੇ ਅਤੇ ਆਪਣੇ ਦੋਸਤਾਂ ਬਾਰੇ ਬਹੁਤ ਕੁਝ ਪਤਾ ਲੱਗ ਜਾਂਦਾ ਹੈ । ਮੇਰੇ ਲਈ ਸੰਘਰਸ਼ ਅਤੇ ਅਸਫਲਤਾਵਾਂ ਨੂੰ ਅਪਣਾਉਣਾ ਅਤੇ ਜ਼ਰੂਰਤ ਪੈਣ ਤੇ ਕਿਸੇ ਦੀ ਸਹਾਇਤਾ ਲਈ ਪਹੁੰਚਣਾ ਹੀ ਸਿੱਖਿਆ ਹੈ ।"
ਸੈਮ ਸਹੀ ਹੈ ਇਸ ਲਈ ਮੇਰਾ ਖਿਆਲ ਹੈ ਕਿ ਮੈਂ ਅਤੇ ਉਹ ਚੰਗੇ ਦੋਸਤ ਹਾਂ ।

Sam was on the phone the other day and I heard him say this to his friend:

"Sometimes when I am talking to someone, I am not listening because I am thinking about what I am going to say. People want to be heard and know you are listening. I have realized it is very important to be focused on what they have to say to you, and then they will be interested in what you have to say to them.

Who I am is reflected by the people I spend most time with. I have made sure that I spend my time with people I trust, respect, and whose company I enjoy.

When things are tough and I start to struggle or face a challenge, that’s when I have found out a lot about myself and my friends. I have learned to embrace struggles and failures and reach out for help when needed.

Sam is right, I guess that is why he and I are such good friends!!

ਕੀ ਤੁਸੀਂ ਹਰ ਪੰਨੇ ਤੇ ਤਸਵੀਰ ਦੇਖਦੇ ਹੋ ।

**Did you find the small cat on every picture page?**

ਸੈਮ : ਇਹ ਕਿਤਾਬ ਇੱਕ ਸ਼ੌਂਕ ਵਜੋਂ ਸ਼ੁਰੂ ਹੋਈ । ਇਹ ਮੇਰੀ ਜ਼ਿੰਦਗੀ ਵਿੱਚ ਆਉਣ ਵਾਲੇ ਮਸਲਿਆਂ ਤੋਂ ਮੈਨੂੰ ਦੂਰ ਕਰਨ ਦਾ ਢੰਗ ਸੀ । ਇਸ ਥੈਰੇਪੀ ਦੀ ਮੈਨੂੰ ਲੋੜ ਸੀ । ਇਸ ਨੇ ਮੈਨੂੰ ਆਪਣੇ ਬਾਰੇ , ਚੁਣੌਤੀਆਂ ਅਤੇ ਮੁਸ਼ਕਿਲ ਸਥਿਤੀਆਂ ਨਾਲ ਨਜਿੱਠਣ ਦੇ ਤਰੀਕਿਆਂ ਬਾਰੇ ਬਹੁਤ ਕੁਝ ਸਿਖਾਇਆ।

ਇੱਕ ਲੰਬੇ ਸਮੇਂ ਲਈ , ਮੈਂ ਸੋਚਿਆ ਕਿ ਮੈਨੂੰ ਪਤਾ ਹੈ ਕਿ ਜ਼ਿੰਦਗੀ ਕੀ ਹੈ ? ਅਤੇ ਕਿਹੜੀ ਚੀਜ਼ ਸਭ ਤੋਂ ਮਹੱਤਵਪੂਰਣ ਹੈ ?
ਮੈਂ ਬਹੁਤ ਗ਼ਲਤ ਸੀ ਜਿਵੇਂ ਕਿ ਮੈਨੂੰ ਨਵੀਆਂ ਚੁਣੌਤੀਆਂ ਦਾ ਸਾਹਮਣਾ ਕਰਨਾ ਪਿਆ ਅਤੇ ਮੈਂ ਉਨ੍ਹਾਂ ਨੂੰ ਪਾਰ ਕੀਤਾ । ਮੈਨੂੰ ਇਹ ਅਹਿਸਾਸ ਹੋਣ ਲੱਗਾ ਕਿ ਮੇਰੇ ਲਈ ਕੀ ਮਹੱਤਵਪੂਰਨ ਹੈ । ਮੈਂ ਉਸ ਵੇਲੇ ਇੱਕ ਸਿੱਖਿਅਕ ਫੈਸਲਾ ਲੈਣ ਦੇ ਯੋਗ ਸੀ ਕਿ ਕਿਹੜੀ ਚੀਜ਼ ਮੈਨੂੰ ਸਚਮੁੱਚ ਖ਼ੁਸ਼ ਕਰੇਗੀ । ਫੇਲ੍ਹ ਹੋਣ ਤੇ ਦੁਬਾਰਾ ਕੋਸ਼ਿਸ਼ ਕਰਨ ਵਿੱਚ ਸ਼ਰਮ ਦੀ ਕੋਈ ਗੱਲ ਨਹੀਂ ਹੈ , ਅਜਿਹੇ ਦ੍ਰਿੜ੍ਹ ਨਿਸ਼ਚੇ ਵਾਲੇ ਲੋਕ ਹਨ ਜੋ ਤੁਹਾਨੂੰ ਮਜ਼ਬੂਤ ਬਣੇ ਰਹਿਣ ਲਈ ਪ੍ਰੇਰਦੇ ਹਨ

For a long time, I thought I knew what life was all about and what mattered the most. I was very, very wrong. As I faced new challenges and overcame them, I started to realize what was important to me. I was then able to make an educated decision on what would really make me happy. There is no shame in failure and trying again. It is almost always the determined people who get what they want. You have to stay strong!

# ਕੀ ਤੁਸੀਂ ਹਰ ਪੰਨੇ ਤੇ ਤਸਵੀਰ ਦੇਖਦੇ ਹੋ ।

# Coloring Pages

www.ingramcontent.com/pod-product-compliance
Lightning Source LLC
Chambersburg PA
CBHW051307110526
44589CB00025B/2960